Các Fractal Yêu Thích Của Tôi

Tập 2

David E. McAdams

AF834778

Các hình ảnh trong cuốn sách này được tạo bằng Fractal Forge. Có thể tải Fractal Forge từ https://sourceforge.net/projects/fractalforge/.

Để khám phá các cuốn sách khác của David E. McAdams, hãy truy cập https://lifeisastoryproblem.tripod.com/aauthor/vietnamese.html.

Bản quyền © 2026, David E. McAdams. Mọi quyền được bảo lưu. Không phần nào của tài liệu này được sao chép, tái bản, hoặc lưu trữ dưới bất kỳ hình thức nào nếu không có sự đồng ý rõ ràng bằng văn bản của chủ sở hữu bản quyền.

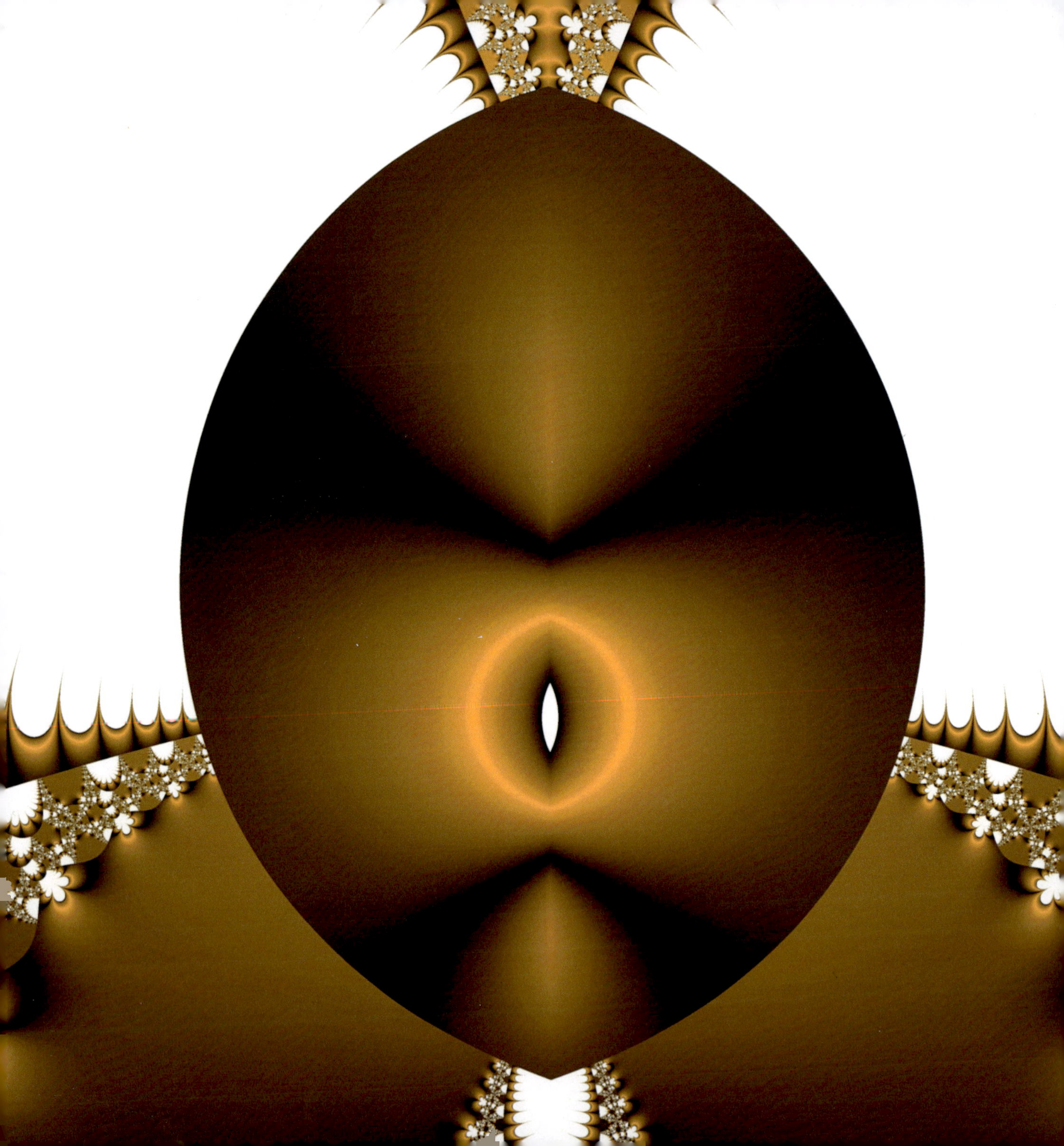

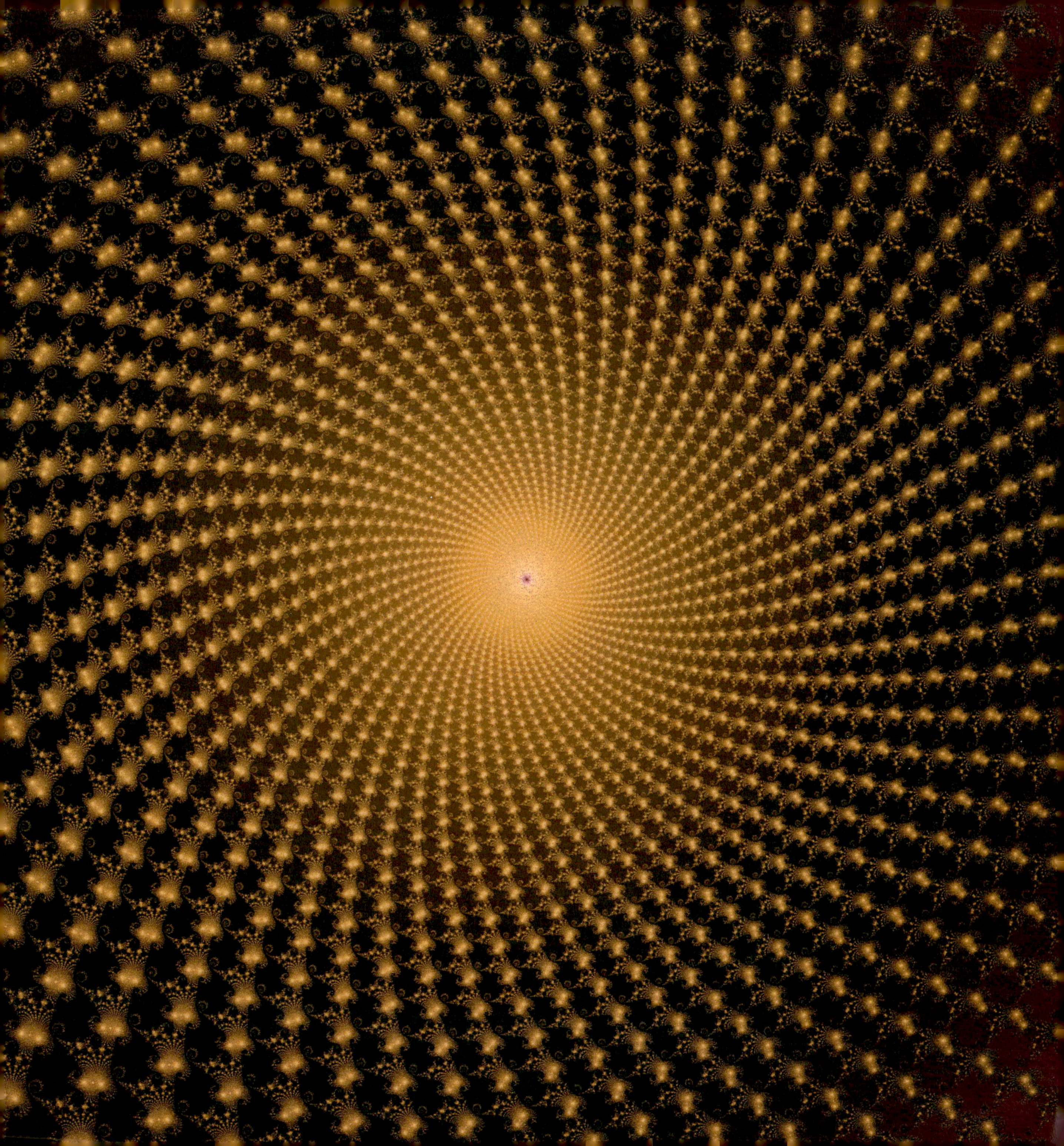

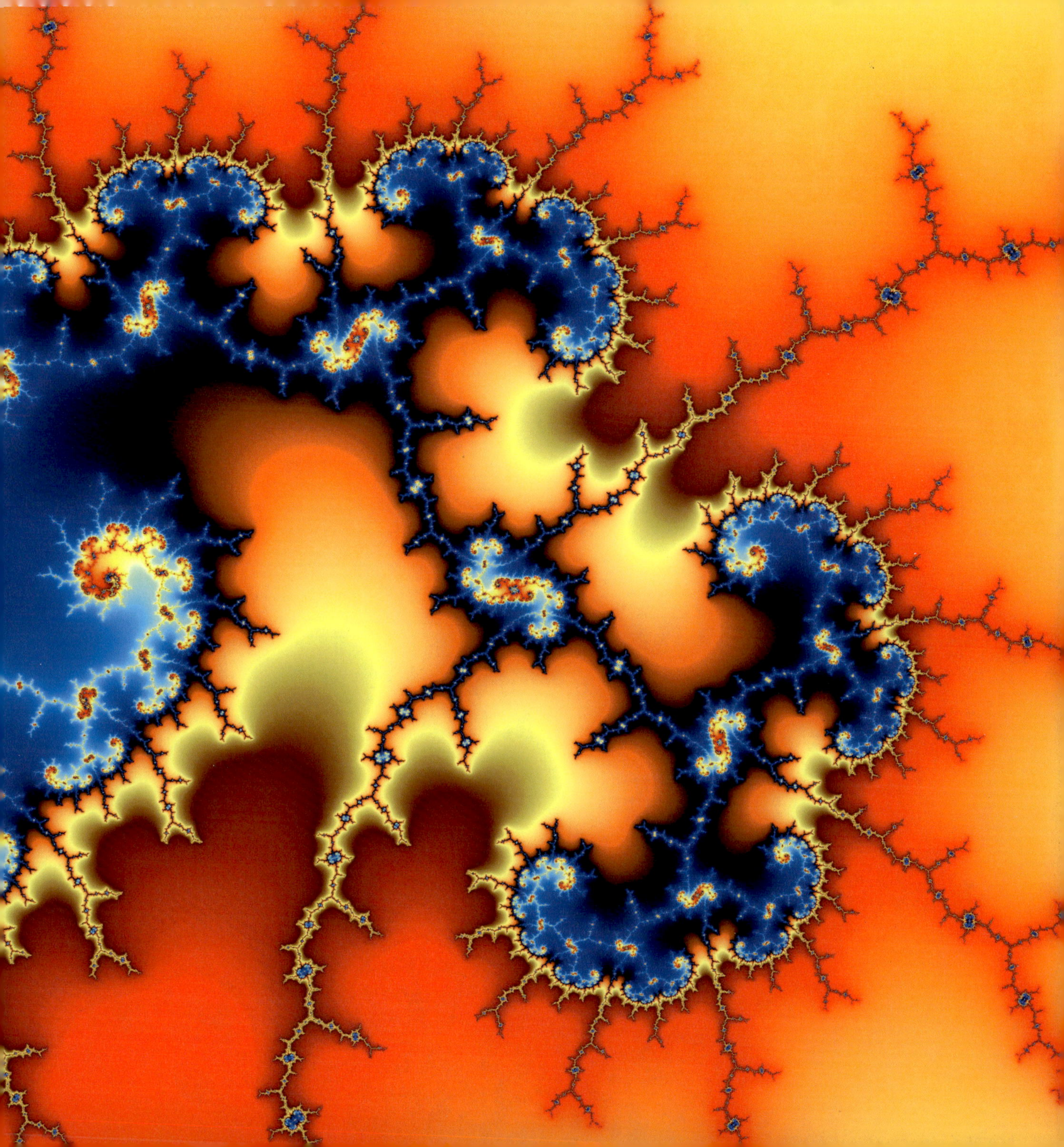

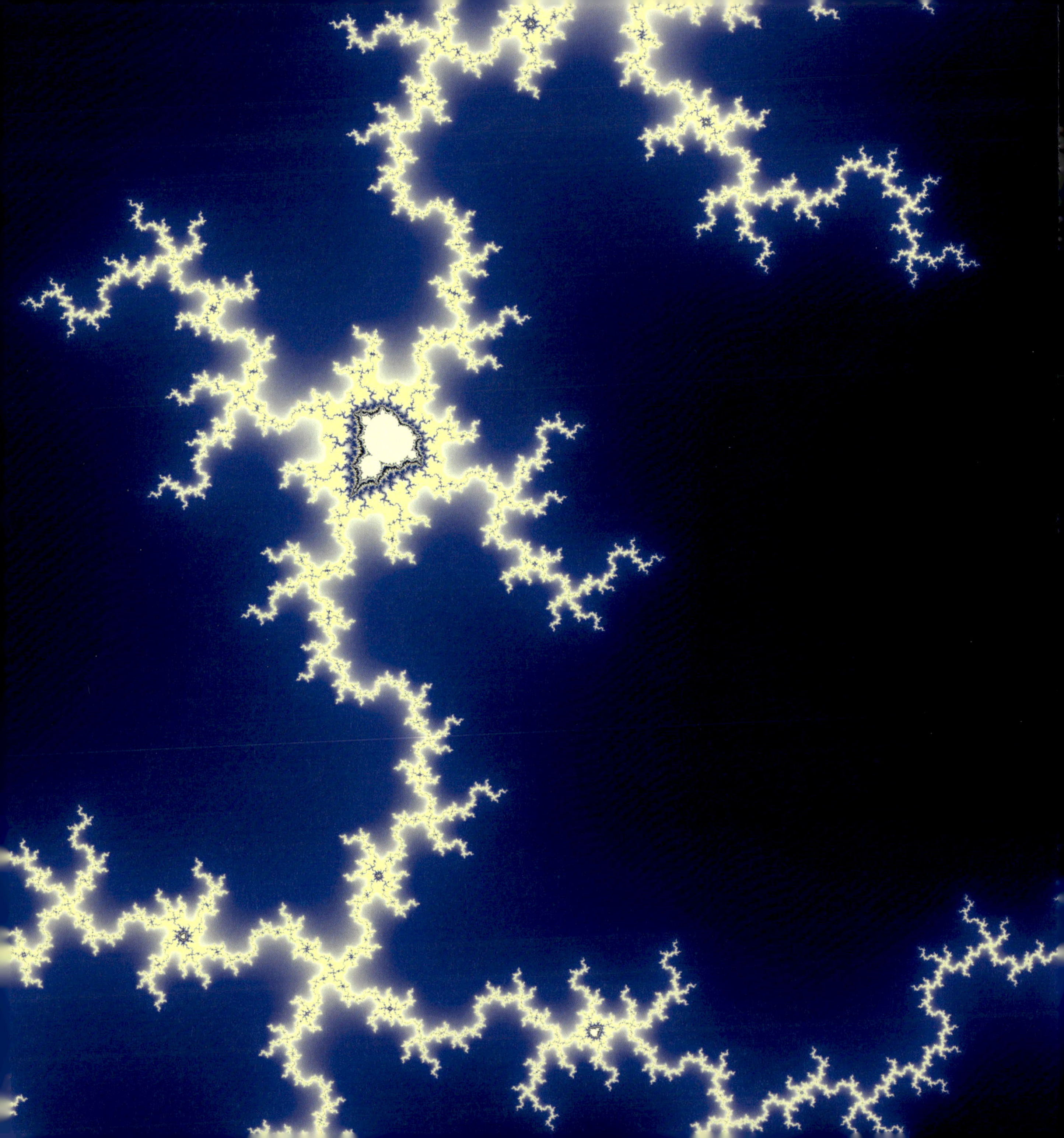

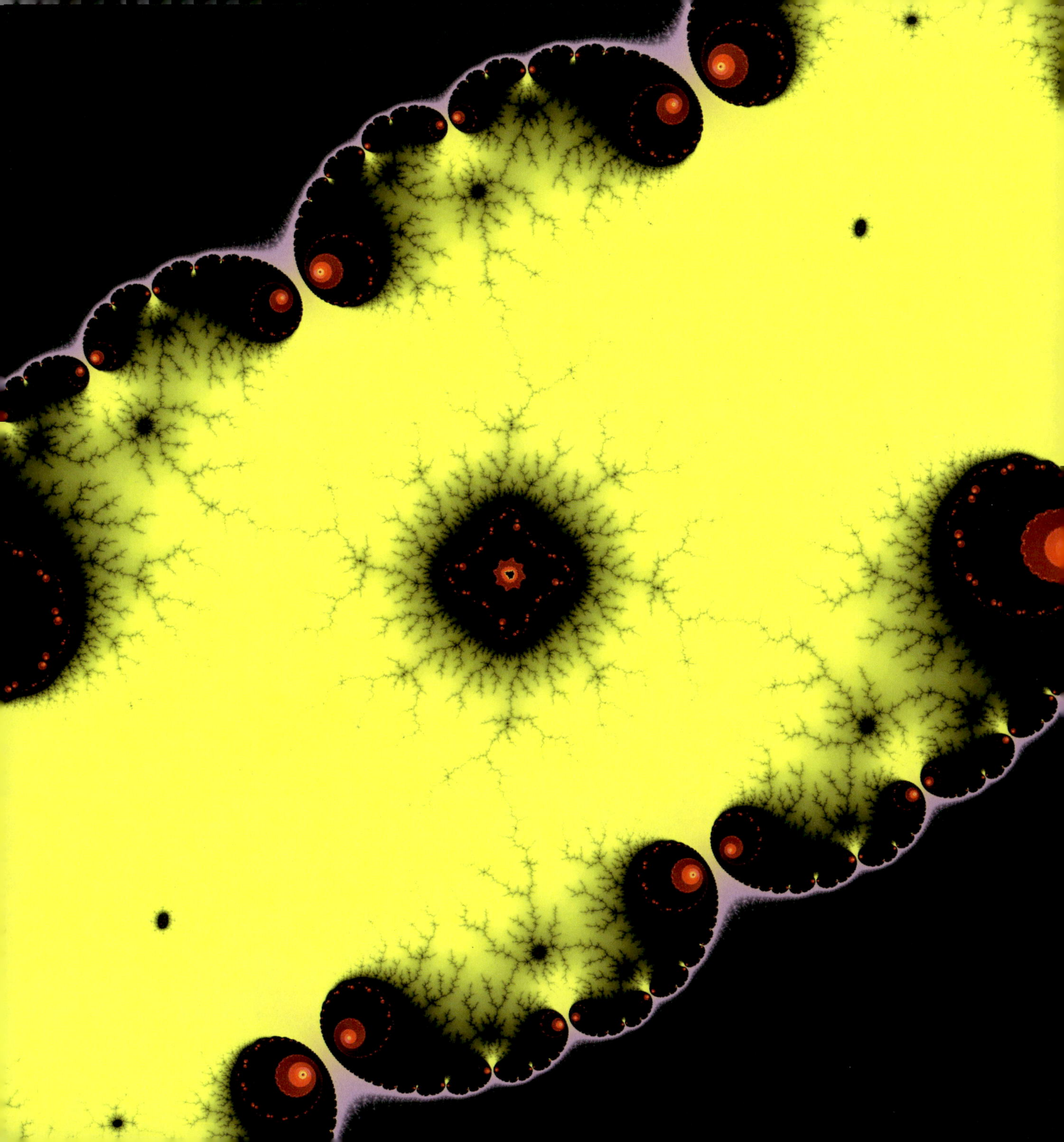

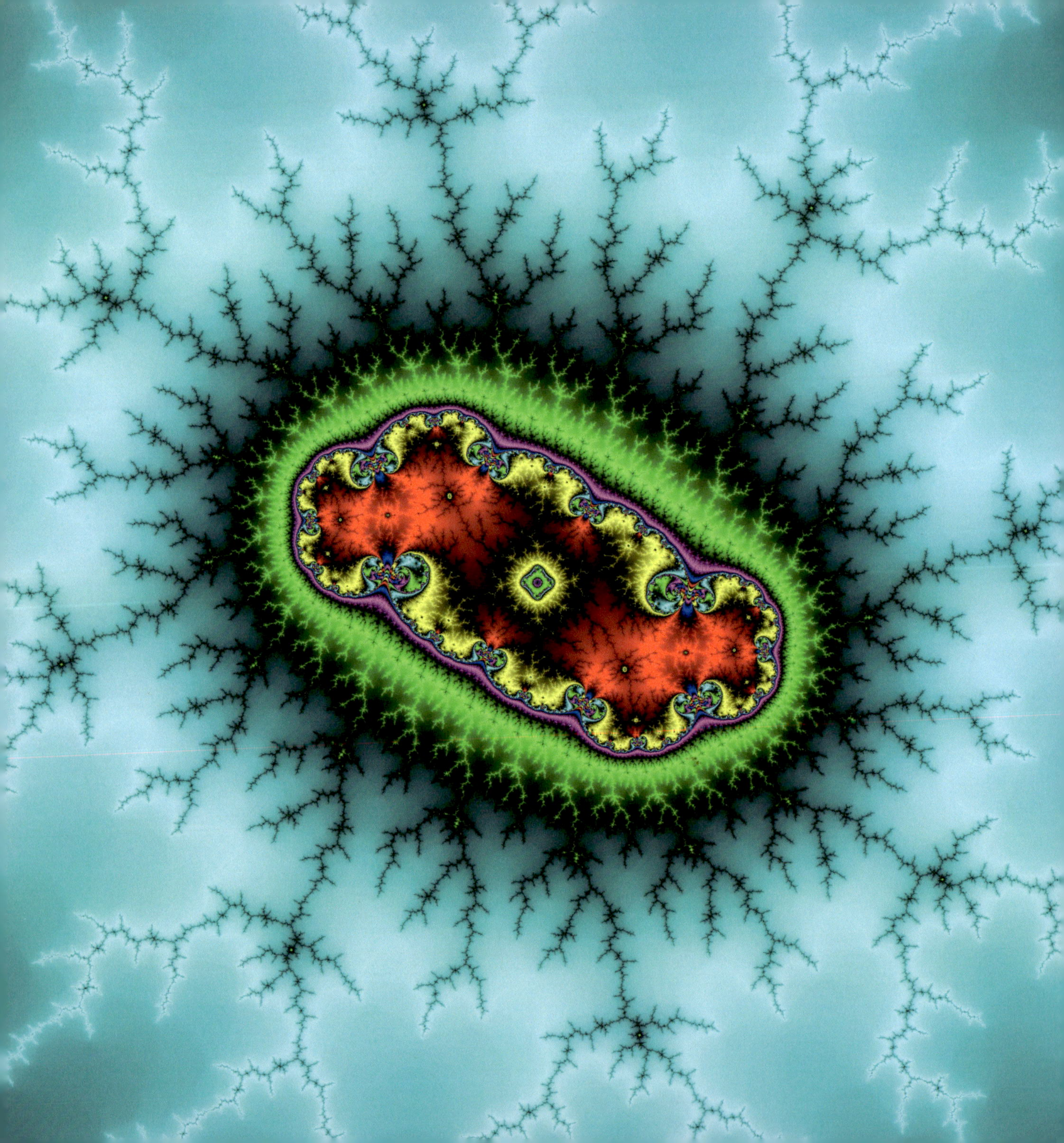

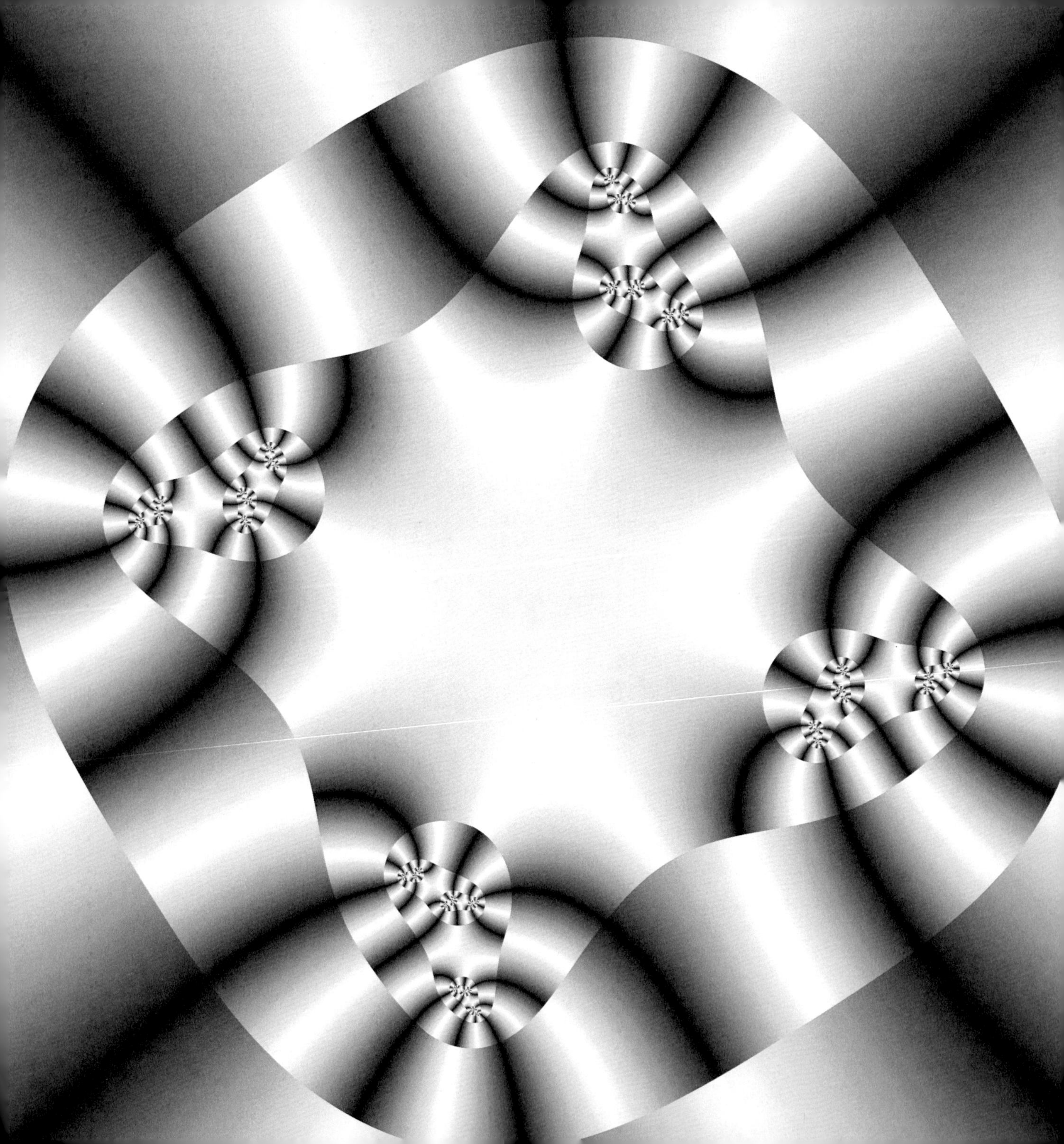

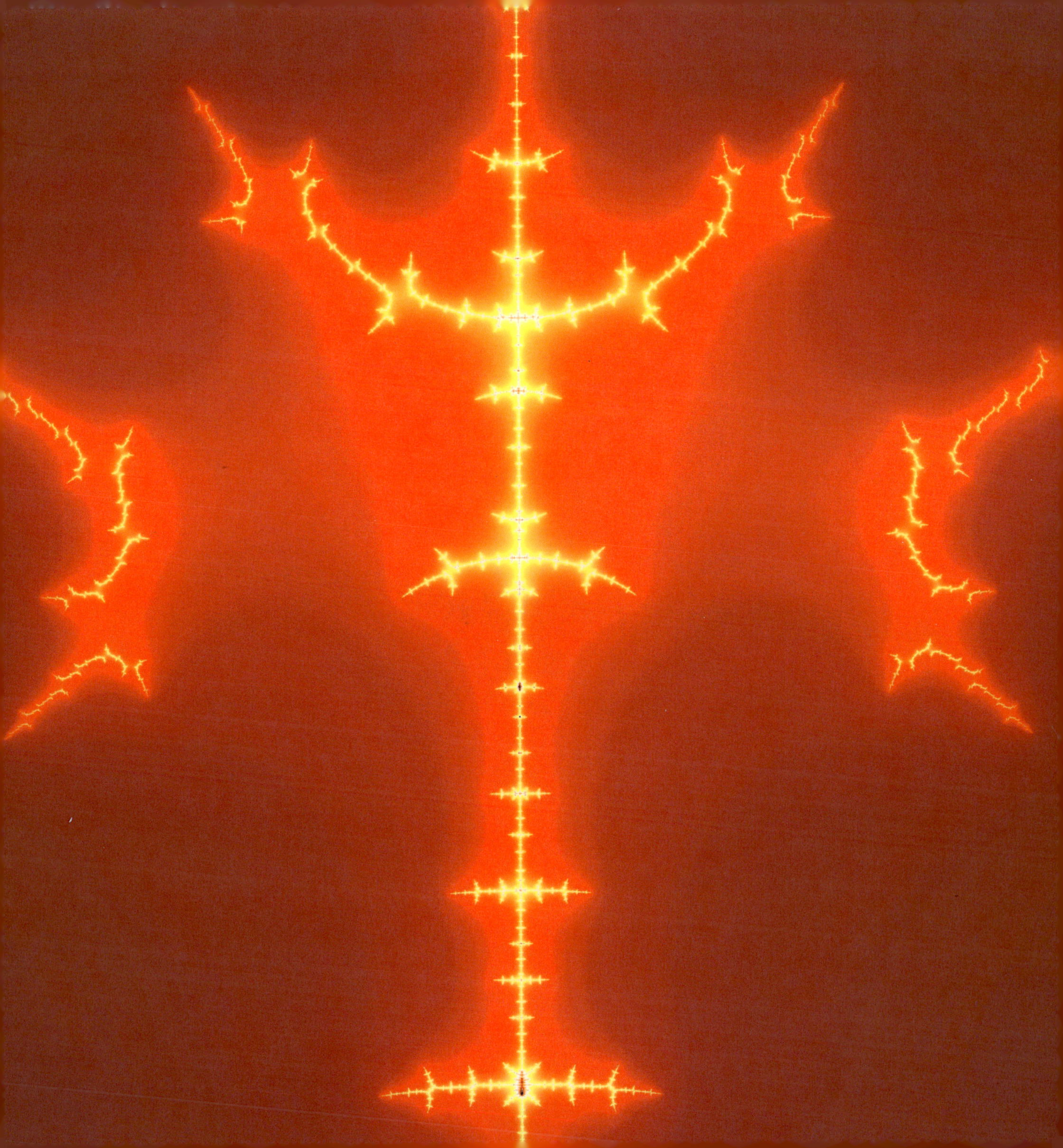

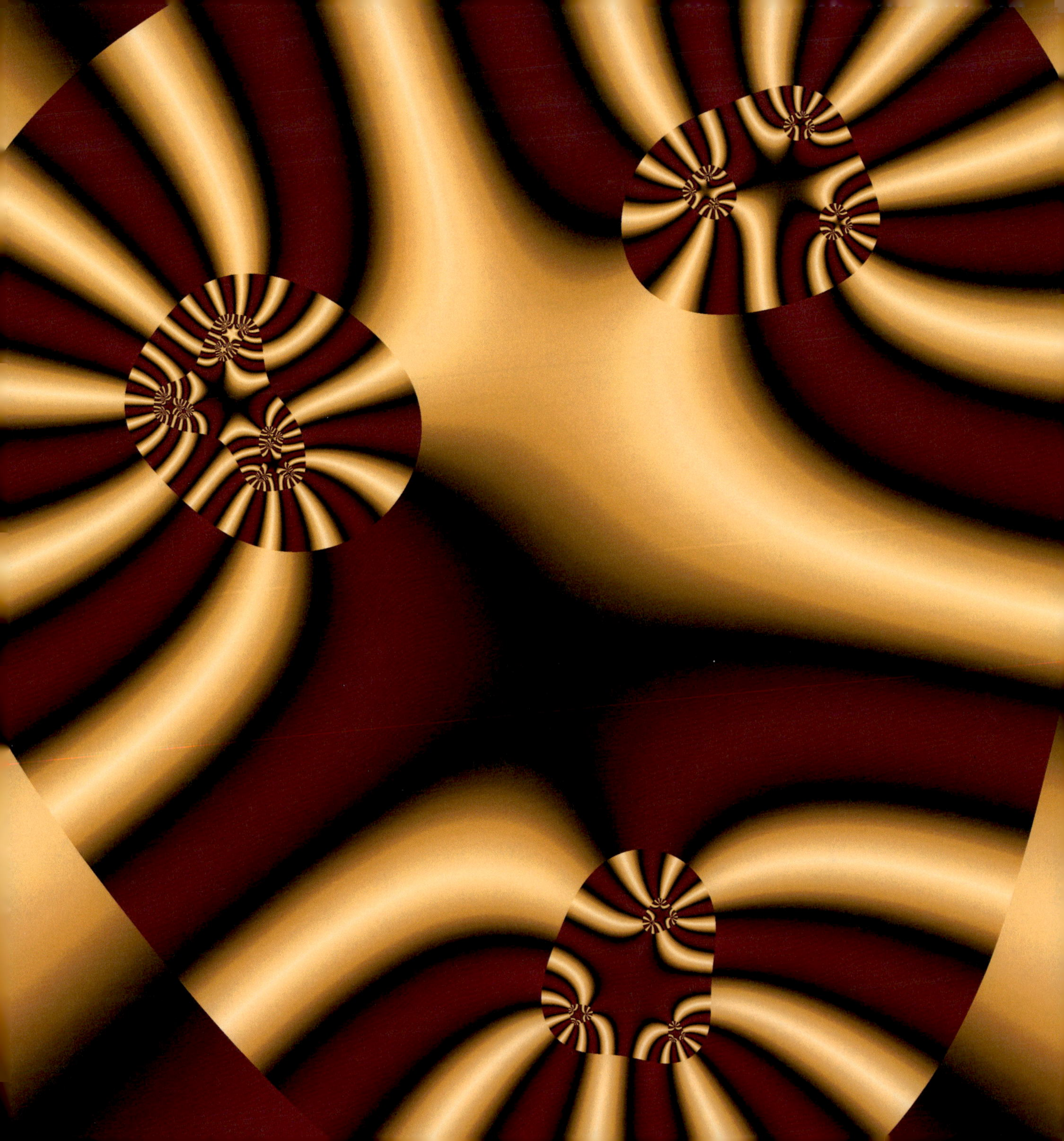

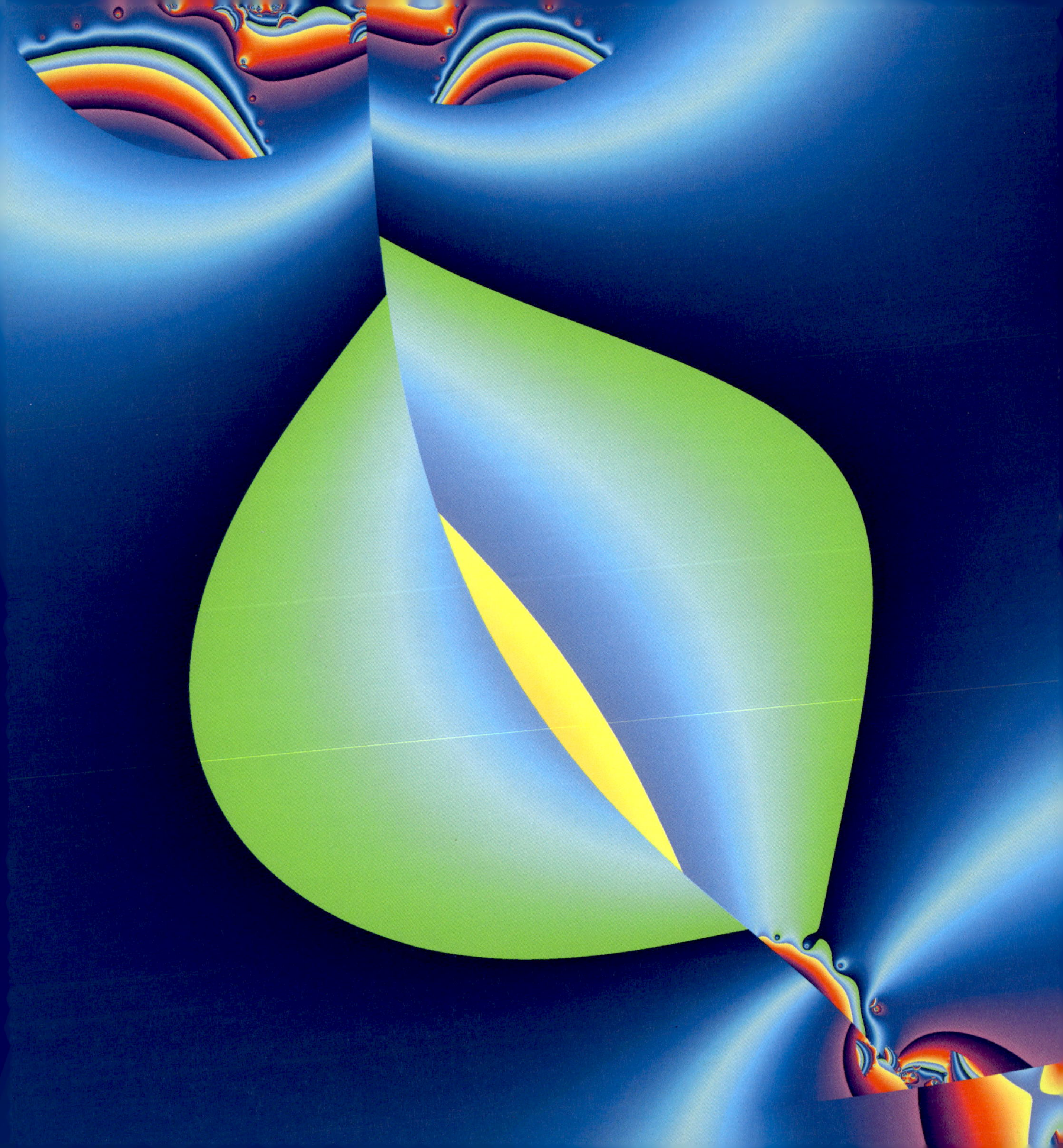

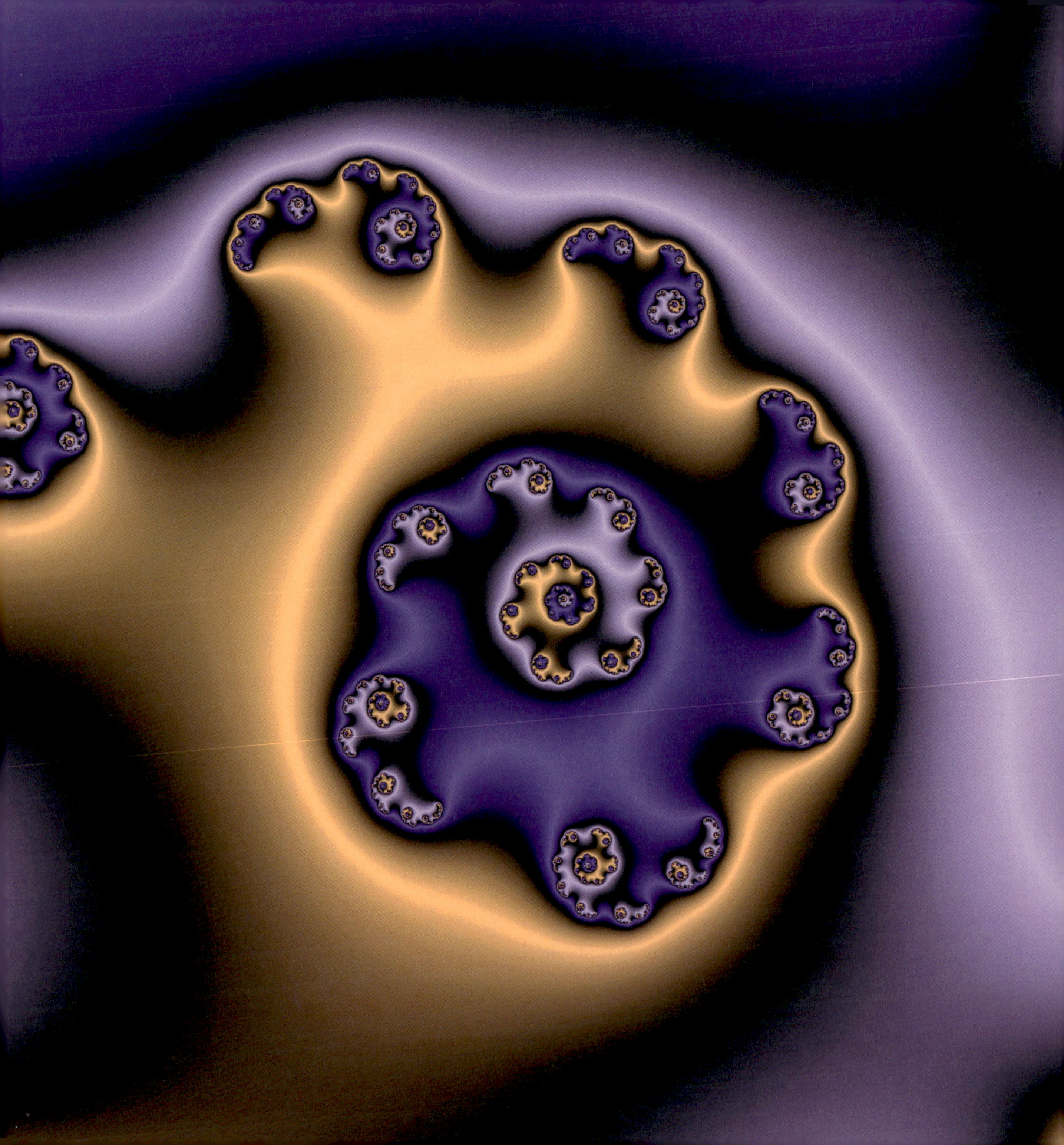

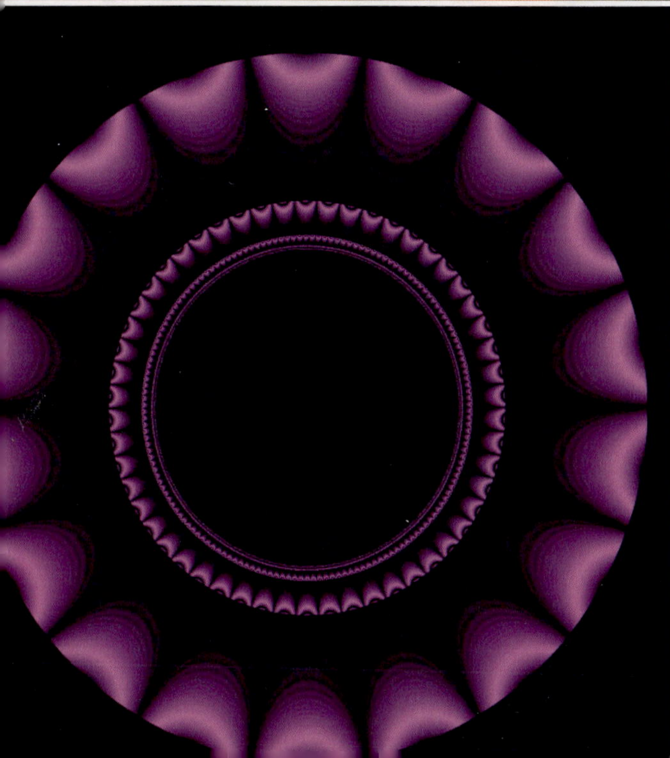